PAGSASANAY NG MGA KUMPLETONG PINUNO

Manwal ng Kasali

Pagsasanay ng mga Kumpletong Pinuno
Manwal ng Kasali

Ni Daniel B. Lancaster, PhD

Inilathala ng: T4T Press

Unang limbag: 2013

ISBN 978-1-938920-81-3 nilimbag

Contents

Mga Aral Ng Pamumuno

Pagkukunan

1

Pagbati

Nagpapakilala ang mga tagapagsanay at mga pinuno sa isa't isa sa unang aralin. Pagkatapos, matututunan ng mga pinuno ang pinagkaiba ng pagsasanay sa paraang Griyego at paraang Hebrew. Ginamit ng Hesus ang parehong paraan, at dapat natin gayahin ito. Ang paraang Hebrew ang pinaka-epektibo sa pagsasanay ng mga pinuno at ang pinakamadalas gamitin sa *Pagsasanay ng Mga Kumpletong Pinuno.*

Ang hinahangad ng aralin ay ang pagkakaintindi ng mga pinuno ng estratehiya ni Hesus para maabot ang buong mundo. Ang limang bahagi ng estratehiya ni Hesus ay: Maging matatag sa Diyos, ipamahagi ang Ebanghelyo, gumawa ng disipulo, bumuo ng mga grupo na magiging mga simbahan, at magsanay ng mga pinuno. Ang mga pinuno ay babalikan ang mga aralin sa *Pagsasanay sa Pagsunod Kay Hesus, Unang Bahagi: Paggawa ng Mga Kumpletong Disipulo* na binibigyan ang mga naniniwala ng kakayahang magtagumpay sa bawat hakbang ng estratehiya ni Hesus. Ang mga pinuno ay magsasanay din na bumuo ng pangarap ng pagsunod sa estratehiya ni Hesus para sa iba. Ang sesyon ay matatapos sa isang tawag para sa pagsunod kay Hesus at sa Kanyang mga utos araw-araw.

PAGPURI

ANG SIMULA

Pagpapakilala ng Mga Tagapagsanay

Pagpapakilala ng Mga Pinuno

Paano Nagsanay si Hesus ng Mga Pinuno?

PLANO

Sino ang Nagtatayo ng Simbahan?

–MATEO 16:18–
AT SINASABI KO NAMAN SA IYO, IKAW AY PEDRO, AT SA IBABAW NG BATONG ITO AY ITATAYO KO ANG AKING IGLESYA, AT HINDI MAKAPANANAIG SA KANYA KAHIT KAPANGYARIHAN NG KAMATAYAN.

Bakit Importanteng Malaman Kung Sino ang Nagtatayo ng Simbahan?

–AWIT 127:1–
MALIBANG ANG PANGINOON ANG GUMAWA NITONG BAHAY, ANG GINAWA NG NAGTAYO AY WALA RING KABULUHAN; ANG LUNSOD NA HINDI ANG DIYOS ANG S'YANG MAGSASANGGALANG, WALANG SAYSAY ANG NAROONG NAKATAYONG MGA BANTAY.

Paano Tinatayo ni Hesus ang Kanyang Simbahan?

1. _____

–LUCAS 2:52–
PATULOY NA LUMAKI SI HESUS. UMUNLAD ANG KANYANG KARUNUNGAN AT LALONG KINALUGDAN NG DIYOS AT NG MGA TAO.

–LUCAS 4:14–
(PAGKATAPOS NG PANUNUKSO) BUMALIK SI HESUS SA GALILEA, AT SUMASAKANYA ANG KAPANGYARIHAN NG ESPIRITU SANTO. KUMALAT SA PALIBOT NA LUPAIN ANG BALITA TUNGKOL SA KANYA.

🖐 Itaas ang mga braso at pumustura na parang isang malakas na lalaki.

2. _____

–MARCOS 1:14, 15–
PAGKATAPOS DAKPIN SI JUAN, SI HESUS AY NAGTUNGO SA
GALILEA AT IPINANGARAL ANG MABUTING BALITA MULA
SA DIYOS: "DUMATING NA ANG TAKDANG PANAHON, AT
MALAPIT NA ANG PAGHAHARI NG DIYOS! PAGSISIHAN
NINYO'T TALIKDAN ANG INYONG MGA KASALANAN AT
MANIWALA KAYO SA MABUTING BALITANG ITO."

✋ Gumawa ng kilos sa kanang kamay na parang
nagsasaboy ng mga binhi.

3. _____

–MATEO 4:19–
SINABI NIYA SA KANILA, "SUMUNOD KAYO SA AKIN, AT
GAGAWIN KO KAYONG MAMAMALAKAYA NG MGA TAO."

✋ Ilagay ang mga kamay sa puso at itaas sa
pagsamba. Ilagay ang mga kamay sa baywang
at ipagdikit tulad ng sa pagdasal. Ituro ang mga
kamay sa isip at ibaba na parang nagbabasa ng
libro. Itaas ang mga braso tulad ng isang malakas
na lalaki at gumawa ng galaw ng kamay na parang
nagsasabay ng mga binhi.

4. _____

–MATEO 16:18–

AT SINASABI KO NAMAN SA IYO, IKAW AY PEDRO, AT SA IBABAW NG BATONG ITO AY ITATAYO KO ANG AKING IGLESYA, AT HINDI MAKAPANANAIG SA KANYA KAHIT KAPANGYARIHAN NG KAMATAYAN.

✋ **Ang mga kamay ay gagawa ng galaw na naghihiling sa mga tao ng pumalibot sa inyo.**

5. _____

–MATEO 10:5-8–

ANG LABINDALAWANG ITO'Y SINUGO NI HESUS AT KANYANG PINAGBILINAN: "HUWAG KAYONG PUPUNTA SA LUGAR NG MGA HENTIL, O SA ALINMANG BAYAN NG MGA SAMARITANO. SA HALIP AY HANAPIN NINYO ANG MGA NAWAWALANG TUPA NG SAMBAHAYAN NG ISRAEL. HUMAYO KAYO AT IPANGARAL NINYO NA MALAPIT NANG MAGHARI ANG DIYOS. PAGALINGIN NINYO ANG MGA MAYSAKIT AT BUHAYIN ANG MGA PATAY. PAGALINGIN NINYO ANG MGA KETONGIN AT PALAYASIN ANG MGA DEMONYO. YAMANG TUMANGGAP KAYO NANG WALANG BAYAD, MAGBIGAY NAMAN KAYO NANG WALANG BAYAD.

✋ **Tumayo ng matikas at sumaludo na parang sundalo.**

Berso Pang-saulo

–I MGA TAGA-CORINTO 11:1–
TULARAN NINYO AKO, GAYA NG PAGTULAD KO KAY KRISTO.

PAGSASANAY

PAGTATAPOS

"SUNDIN NYO AKO" SABI NI HESUS

–MATEO 9:9–
UMALIS SI HESUS SA LUGAR NA IYON. SA KANYANG PAGLAKAD, NAKITA NIYA ANG ISANG TAONG ANG PANGALA'Y MATEO; NAKAUPO ITO SA PANINGILAN NG BUWIS. SINABI NI HESUS SA KANYA, "SUMUNOD KA SA AKIN." TUMINDIG SI MATEO AT SUMUNOD SA KANYA.

2

Magsanay
Tulad Ni Hesus

Isang malimit na problema sa mga lumalaking simbahan o grupo ay ang pangangailangan ng mga pinuno. Ang mga ginagawa para magsanay ng mga pinuno ay madalas nabibitin dahil wala tayong simpleng proseso na sinusunod. Ang hangarin ng aralin na ito ay para ipaliwanag kung paano nagsanay si Hesus ng mga pinuno, para siya ay ating magaya.

Nagsanay si Hesus ng mga pinuno sa pamamagitan ng pagtanong sa kanila ng progreso na nagawa nila sa mga misyon nila, at pinag-uusapan ang mga problemang naranasan. Pinagdasal din Niya sila, at tumulong sa pagbuo ng mga plano para sa ikabubuti ng misyon. Isang importanteng bahagi ng kanilang pagsasanay ay ang pagpapakadalubhasa sa mga kasanayan na gagamitin nila sa mga ministro sa hinaharap. Dito sa ikalawang aralin, ginagamit ng mga pinuno ang prosesong ito sa kanilang grupo at sa estratehiya ni Hesus para maabot ang mundo. Sa huli, ang mga pinuno ay gagawa ng "puno ng pagsasanay" na tutulong ayusin ang pagsasanay at pagdadasal para sa mga pinuno na sinasanay nila.

PAGPURI

PROGRESO

PROBLEMA

PLANO

Pag-aralan Muli

Pagbati
Sino ang Nagtatayo ng Simbahan?
Bakit Ito Importante?
Paano Tinatayo ni Hesus ang Kanyang Simbahan?

–I Mga Taga-Corinto 11:1–Tularan ninyo ako, gaya ng pagtulad ko kay Kristo.

Paano Nagsanay si Hesus ng Mga Pinuno?

–LUCAS 10:17–
BUMALIK NA TUWANG-TUWA ANG PITUMPU'T DALAWA. "PANGINOON," SABI NILA, "KAHIT PO ANG MGA DEMONYO AY SUMUSUNOD KAPAG INUTUSAN NAMIN, SA NGALAN NINYO."

1. _____

✋ Iikot ang mga kamay sa isa't isa, papunta sa taas.

–MATEO 17:19–
PAGKATAPOS AY LUMAPIT ANG MGA ALAGAD KAY HESUS
AT NAGTANONG NANG WALANG IBANG NAKARIRINIG,
"BAKIT HINDI PO NAMIN MAPALAYAS ANG DEMONYO?"

2. _____

✋ Ilagay ang mga kamay sa gilid ng ulo at kunyari
ay hinihila ang inyong buhok.

–LUCAS 10:1-2–
PAGKATAPOS NG MGA BAGAY NA ITO, ANG PANGINOON
AY HUMIRANG PA NG PITUMPU'T DALAWA. PINAUNA NIYA
SILA NANG DALA-DALAWA SA BAWAT BAYAN AT POOK NA
PATUTUNGUHAN NIYA.

3. _____

✋ Ilabas ang kaliwang kamay tulad ng isang papel
at kunyaring sulatin ito gamit ang kanang kamay.

–JUAN 4:1-2–
NABALITAAN NG MGA PARISEO NA LALONG MARAMI ANG NAHIHIKAYAT AT NABABAUTISMUHAN NI HESUS KAYSA KAY JUAN. (NGUNIT ANG TATOO'Y HINDI SI HESUS ANG NAGBABAUTISMO, KUNDI ANG KANYANG MGA ALAGAD).

4. _____

✋ Igalaw ang mga braso ng taas baba, tulad ng nagbubuhat ng mabigat.

–LUCAS 22:31-32–
"SIMON, SIMON! MAKINIG KA! HINILING NI SATANAS AT IPINAHINTULOT NAMAN SA KANYA, NA KAYONG LAHAT AY SUBUKIN. SUBALIT IDINALANGIN KO NA HUWAG LUBUSANG MAWALA ANG IYONG PANANAMPALATAYA. AT KAPAG NAGBALIK-LOOB KA NA, PATATAGIN MO ANG IYONG MGA KAPATID."

5. _____

✋ Ipagdikit ang mga kamay na parang nagdadasal malapit sa inyong mukha.

Berso Pang-saulo

–LUCAS 6:40–
WALANG ALAGAD NA HIGIT SA KANYANG GURO;
NGUNIT KAPAG LUBUSANG NATURUAN, SIYA'Y MAGIGING
KATULAD NG KANYANG GURO.

PAGSASANAY

PAGTATAPOS

Puno ng Pagsasanay

3

Mamuno Tulad ni Hesus

Si Hesus Kristo ang pinamagaling na pinuno sa kasaysayan. Walang ibang tao na nakapagimpluwensiya ng masmaraming tao at ng masmadalas kaysa sa Kanya. Ang ikatlong aralin ay pinapakita ang pitong katangian ng isang magaling na pinuno, base sa estilo ng pamumuno ni Hesus. Pagkatapos, ang mga pinuno ay pag-iisipan ang mga kagalingan at kahinaan ng kanilang mga karanasang pangpinuno. Ang magtatapos ng sesyon ay isang laro na magtuturo sa grupo ng kapangyarihan ng "ipinamamahaging pagkapinuno."

Ang lahat ay umaangat at bumabagsak ayon sa puso ng pinuno, kaya titingnan natin kung paano pinamunuan ni Hesus ang kanyang disipulo upang Siya ay ating magaya. Minahal sila ni Hesus hanggang sa huli, inintindi ang Kanyang misyon, inalam ang mga problema sa grupo, binigyan ang Kanyang mga tagasunod ng ehemplo na susundin, humarap na puno ng kabaitan, at naniwala na ang Diyos ay binibiyayaan ang Kanyang pagsunod. Ang lahat ay nanggagaling sa puso, kaya ang ugali ng puso ang dapat kung saan tayo magsimula bilang mga pinuno.

PAGPURI

PROGRESO

PROBLEMA

PLANO

Pag-aralan Muli

Pagbati
Sino ang Nagtatayo ng Simbahan?
Bakit Ito Importante?
Paano Tinatayo ni Hesus ang Kanyang Simbahan??

–I Mga Taga-Corinto 11:1–Tularan ninyo ako, gaya ng pagtulad ko kay Kristo.

Magsanay Tulad ni Hesus
Paano Nagsanay si Hesus ng Mga Pinuno?

–Lucas 6:40–Walang alagad na higit sa kanyang guro; ngunit kapag lubusang naturuan, siya'y magiging katulad ng kanyang guro.

Sino ang Pinakamagaling na Pinuno Ayon kay Kristo?

–MATEO 20:25-28–

KAYA'T PINALAPIT SILA NI HESUS AT SINABI SA KANILA, "ALAM NINYO NA ANG MGA PINUNO NG MGA HENTIL AY NAGHAHARI SA KANILA, AT ANG MGA DINADAKILA ANG SIYANG NASUSUNOD. NGUNIT HINDI GANYAN ANG DAPAT UMIRAL SA INYO. SA HALIP, ANG SINUMAN SA INYO NA IBIG MAGING DAKILA AY DAPAT MAGING LINGKOD. AT SINUMANG IBIG MAGING PINUNO AY DAPAT MAGING ALIPIN NINYO, TULAD NG ANAK NG TAO NA NAPARITO, HINDI UPANG PAGLINGKURAN KUNDI UPANG MAGLINGKOD AT IALAY ANG KANYANG BUHAY UPANG MATUBOS ANG MARAMI."

Sumaludo parang sundalo at pagkatapos ay ipagdikit ang mga kamay at yumuko parang tagapaglingkod.

Ano ang Pitong Katangian ng Isang Mahusay na Pinuno?

–JUAN 13:1-17–

[1]BISPERAS NA NG PASKUWA. ALAM NI HESUS NA DUMATING NA ANG PANAHON NG KANYANG PAGLISAN SA SANLIBUTANG ITO UPANG BUMALIK SA AMA. MAHAL NIYA ANG KANYANG MGA TAGASUNOD NA NASA SANLIBUTAN, AT NGAYO'Y IPAKIKITA NIYA KUNG HANGGANG SAAN ANG KANYANG PAG-IBIG SA KANILA.

²NAGHAHAPUNAN SI HESUS AT ANG MGA ALAGAD. NAISILID NA NG DIYABLO SA ISIP NI HUDAS, ANAK NI SIMON ISCARIOTE, ANG PAGKAKANULO KAY HESUS.

³ALAM NI HESUS NA IBINIGAY NA SA KANYA NG AMA ANG BUONG KAPANGYARIHAN; ALAM DIN NIYANG SIYA'Y MULA SA DIYOS AT BABALIK SA DIYOS.

⁴KAYA'T NANG SILA'Y NAGHAHAPUNAN, TUMINDIG SI HESUS, NAGHUBAD NG KANYANG PANLABAS NA KASUUTAN, AT NAGBIGKIS NG TUWALYA.

⁵PAGKATAPOS, NAGBUHOS SIYA NG TUBIG SA PALANGGANA, AT SINIMULANG HUGASAN ANG PAA NG MGA ALAGAD AT PUNASAN NG TUWALYANG NAKABIGKIS SA KANYA.

⁶PAGLAPIT NIYA KAY SIMON PEDRO, TUMUTOL ITO. "PANGINOON," SABI NIYA, "DIYATA'T KAYO PA ANG MAGHUHUGAS NG AKING MGA PAA?"

⁷SUMAGOT SI HESUS, "HINDI MO NAUUNAWAAN NGAYON ANG GINAGAWA KO, NGUNIT MAUUNAWAAN MO RIN PAGKATAPOS."

⁸SINABI SA KANYA NI PEDRO, "HINDING-HINDI KO PO PAHUHUGASAN SA INYO ANG AKING MGA PAA." "KUNG HINDI KITA HUHUGASAN, WALA KANG KAUGNAYAN SA AKIN," TUGON NI HESUS.

⁹KAYA'T SINABI NI PEDRO, "PANGINOON, HINDI LAMANG PO ANG MGA PAA KO, KUNDI PATI AKING KAMAY AT ULO!"

¹⁰ANI HESUS, "MALIBAN SA KANYANG MGA PAA, HINDI NA KAILANGANG HUGASAN PA ANG NALIGO NA, SAPAGKAT MALINIS NA ANG KANYANG BUONG KATAWAN. AT MALINIS NA KAYO, NGUNIT HINDI LAHAT."

¹¹(SAPAGKAT ALAM NI HESUS KUNG SINO ANG MAGKAKANULO SA KANYA, KAYA SINABI NIYANG MALINIS NA SILA, NGUNIT HINDI LAHAT.)

¹²NANG MAHUGASAN NA NI HESUS ANG KANILANG MGA PAA, SIYA'Y NAGSUOT NG DAMIT AT NAGBALIK SA HAPAG.

"NAUUNAWAAN BA NINYO KUNG ANO ANG GINAWA KO SA INYO?" TANONG NIYA SA KANILA.

[13]"TINATAWAG NINYO AKONG GURO AT PANGINOON, AT TAMA KAYO, SAPAGKAT AKO NGA.

[14]KUNG AKONG PANGINOON NINYO AT GURO AY NAGHUGAS NG INYONG MGA PAA, DAPAT DIN KAYONG MAGHUGASAN NG PAA.

[15]BINIGYAN KO KAYO NG HALIMBAWA AT ITO'Y DAPAT NINYONG TULARAN.

[16]SINASABI KO SA INYO: ANG ALIPIN AY HINDI DAKILA KAYSA KANYANG PANGINOON, NI ANG SINUGO KAYSA NAGSUGO SA KANYA.

[17]KUNG NAUUNAWAAN NINYO ANG MGA BAGAY NA ITO AT INYONG GAGAWIN, MAPAPALAD KAYO."

1. _____

👋 Tapikin ang dibdib ng inyong kamay.

2. _____

✋ Sumaludo parang sundalo at tumango, "oo."

3. _____

👋 Yumuko ng nakalagay ang mga kamay sa posisyong pangdasal.

4. _____

🖐 Gumawa ng korteng puso gamit ang mga hintuturo at hinlalaki ng parehong kamay.

5. _____

🖐 Ilagay ang mga kamay sa gilid ng ulo na kunyari ay masakit ang ulo.

6. _____

🖐 Tumuro papuntang langit at itango ang ulo ng "oo."

7. _____

🖐 Iangat ang mga kamay sa pagsamba sa kalangitan.

Berso Pang-saulo

–JUAN 13:14-15–
KUNG AKONG PANGINOON NINYO AT GURO AY NAGHUGAS NG INYONG MGA PAA, DAPAT DIN KAYONG MAGHUGASAN NG PAA. BINIGYAN KO KAYO NG HALIMBAWA AT ITO'Y DAPAT NINYONG TULARAN.

PAGSASANAY

"Ngayon, gagamitin natin ang parehong proseso ng pagsasanay ng ginamit ni Hesus upang sanayin ang ating mga natutunan sa araling pangpinuno na ito."

PAGTATAPOS

Chinlone

4

Patatagin ang Sarili

Ang mga pinunong sinasanay niyo ay namumuno sa mga grupo at natututunan kung gaano kahirap ang pamunuan ang iba. Ang mga pinuno ay humaharap sa mga espiritwal na pagtatalo galing sa labas ng grupo at sa mga pagkakaiba ng personalidad sa loob ng grupo. Isang susi sa mabuting pamumuno ay ang pagkakakilala sa iba't ibang klase ng personalidad at pag-aaral para pagbuklurin sila bilang isang grupo. Ang araling "Patatagin ang Sarili" ay nagbibigay sa mga pinuno ng simpleng paraan para matuklasan nila ang kanilang personalidad. Kapag inintindi natin kung bakit tayo ginawa ng Diyos, magkakaroon tayo ng bakas kung paano tumatag sa Kanya.

Mayroong walong klase ng personalidad: sundalo, tagahanap, pastol, tagapunla, anak, santo, tagapaglingkod, at tagapamahala. Pagkatapos tulungan ang mga pinuno kung anong klase ang personalidad nila, ang mga tagapagsanay ay sasabihin ang mga kalakasan at kahinaan ng bawat isa. Ang karamihan ay iniisip na ang mahal ng Diyos ay ang klase ng personalidad na pinahahalagahan ng kanilang kultura. Ang ibang pinuno ay naniniwala na ang kanilang kakayahang mamuno ay ayon sa kanilang personalidad. Ang mga paniniwala na ito ay hindi totoo. Ang sesyon na ito ay magtatapos sa pagdidiin na ang mga pinuno ay dapat tratuhin ang mga tao bilang mga indibidwal. Ang pagsasanay ng pagkapinuno ay dapat tumugon sa pangangailangan ng bawat indibidwal, at hindi isang klase para sa lahat.

PAGPURI

PROGRESO

PROBLEMA

PLANO

Pag-aralan Muli

Pagbati

Sino ang Nagtatayo ng Simbahan?

Bakit Ito Importante?

Paano Tinatayo ni Hesus ang Kanyang Simbahan?

–I Mga Taga-Corinto 11:1–Tularan ninyo ako, gaya ng pagtulad ko kay Kristo.

Magsanay Tulad ni Hesus

Paano Nagsanay si Hesus ng Mga Pinuno?

> *–Lucas 6:40–Walang alagad na higit sa kanyang guro; ngunit kapag lubusang naturuan, siya'y magiging katulad ng kanyang guro.*

Mamuno Tulad ni Hesus

Sino ang Pinakamagaling na Pinuno Ayon kay Hesus?
Ano ang Pitong Katangian ng Isang Mahusay na Pinuno?

> *–Juan 13:14-15–Kung akong Panginoon ninyo at Guro ay naghugas ng inyong mga paa, dapat din kayong maghugasan ng paa. Binigyan ko kayo ng halimbawa at ito'y dapat ninyong tularan.*

Anong Personalidad ang Binigay Sayo ng Diyos?

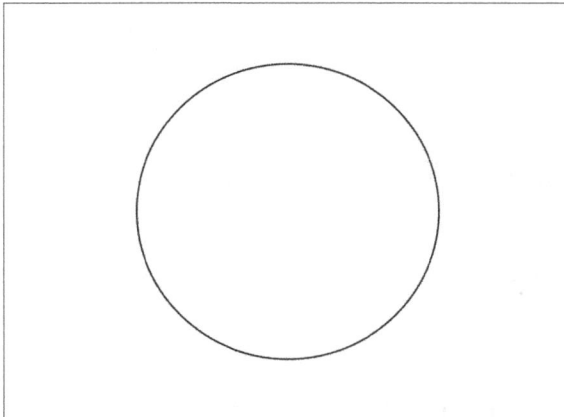

Aling Klase ng Personalidad ang Pinakamahal ng Diyos?

_____

Aling Klase ng Personalidad ang Pinakamagaling na Pinuno?

_____

Berso Pang-saulo

> –MGA TAGA-ROMA 12:4-5–
> ANG KATAWAN AY BINUBUO NG MARAMING BAHAGI, AT HINDI PARE-PAREHO ANG GAWAIN NG BAWAT ISA. GAYON DIN NAMAN, TAYO'Y MARAMI NGUNIT NABUBUO SA IISANG KATAWAN NI KRISTO, AT ISA'T ISA'Y BAHAGI NG IBA.

PAGSASANAY

PAGTATAPOS

Ang American Cheeseburger ✍

5

Magpatatag
Kasama Ang Iba

Ang mga pinuno ay natuklasan ang klase ng personalidad nila sa huling aralin. Sa "Magpatatag Kasama Ang Iba," pinapakita kung paano makisalamuha ang kanilang personalidad sa ibang tao. Bakit walo ang klase ng personalidad ng mga tao sa mundo? Ang sabi ng iba, ito ay dahil walong tao ang laman ng barko ni Noah habang ang iba ay nagsasabi na ito ay dahil walo ang direksyon sa aguhon – hilaga, hilangang kanluran, atbp. Pwede natin ipaliwanag ito ng simple. Ang mundo ay may walong klase ng personalidad dahil ang Diyos ay ginawa ang mga tao sa Kanyang imahe. Kung gusto niyong makita kung ano ang itsura ng Diyos, ang sabi ng Bibliya ay tingnan niyo si Hesus. Ang walong klase ng personalidad sa mundo ay sumasalamin sa walong imahe ni Hesus.

Si Hesus ay sundalo – kumander ng hukbo ng Diyos. Si Hesus ay tagahanap – naghahanap at nagliligtas sa mga nawawala. Si Hesus ay pastol – nagbibigay sa kanyang mga tagasunod ng pagkain, tubig, at pahinga. Si Hesus ay tagatanim – tinatanim ang

Salita ng Diyos sa ating mga buhay. Si Hesus ay anak – minahal siya ng Diyos at inutusan tayo na making sa Kanya. Si Hesus ay tagapagligtas at tinatawag tayo na irepresenta natin Siya sa mundo ng mga santo. Si Hesus ay tagapaglingkod – masunurin sa Kanyang Ama, kahit sa punto ng kamatayan. At ang huli, si Hesus ay tagapamahala – madaming kwento ay tungkol sa pamamahala ng oras, pera, at tao.

Ang lahat ng pinuno ay dinadala ang responsibilidad ng pagtulong sa mga tao na matutong makipagtrabaho sa iba. Hindi naiiwasan ang alitan sa pagitan ng magkakaibang personalidad dahil iba ang tingin nila sa mundo. Ang dalawang pinakamadalas na ginagawa ng tao kapag may alitan ay ang iwasan ito o makipagaway. Ang ikatlong paraan kapag may alitan, na pinamumunuan ng Espiritu ng Diyos, ay ang maghanap ng solusyon na rumerespeto at nagpapatibay sa bawat klase ng personalidad. Natatapos ang sesyon sa isang paligsahan ng pag-arte na pinapakita ang katotohanang ito sa isang katawa-tawang paraan. Ang krokis ng "walong imahe ni Kristo" ay tutulungan tayo na maintindihan kung paano mamahalin ng masmabuti ang iba. Ito ang tungkulin ng lahat ng tagasunod ni Hesus.

PAGPURI

PROGRESO

PROBLEMA

PLANO

Pag-aralan Muli

Pagbati

Sino ang Nagtatayo ng Simbahan?

Bakit Ito Importante?

Paano Tinatayo ni Hesus ang Kanyang Simbahan?

–I Mga Taga-Corinto 11:1–Tularan ninyo ako, gaya ng pagtulad ko kay Kristo.

Magsanay Tulad ni Hesus

Paano Nagsanay si Hesus ng Mga Pinuno?

–Lucas 6:40–Walang alagad na higit sa kanyang guro; ngunit kapag lubusang naturuan, siya'y magiging katulad ng kanyang guro.

Mamuno Tulad ni Hesus

Sino ang Pinakamagaling na Pinuno Ayon kay Hesus? ✋

Ano ang Pitong Katangian ng Isang Mahusay na Pinuno?

–Juan 13:14-15–Kung akong Panginoon ninyo at Guro ay naghugas ng inyong mga paa, dapat din kayong maghugasan ng paa. Binigyan ko kayo ng halimbawa at ito'y dapat ninyong tularan.

Patatagin ang Sarili

Anong Personalidad ang Binigay Sayo ng Diyos?

Aling Klase ng Personalidad ang Pinakamahal ng Diyos?

Aling Klase ng Personalidad ang Pinakamagaling na Pinuno?

–Mga Taga-Roma 12:4-5–Ang katawan ay binubuo ng maraming bahagi, at hindi pare-pareho ang

29

gawain ng bawat isa. Gayon din naman, tayo'y marami ngunit nabubuo sa iisang katawan ni Kristo, at isa't isa'y bahagi ng iba.

Bakit Walo ang Klase ng Tao sa Mundo?

–GENESIS 1:26–
PAGKATAPOS LIKHAIN ANG LAHAT NG ITO, SINABI NG DIYOS: "NGAYON, LALANGIN NATIN ANG TAO. ATING GAGAWIN SIYANG KALARAWAN NATIN . . . ."

–COLOSAS 1:15–
SI KRISTO ANG LARAWAN NG DIYOS NA DI-NAKIKITA, AT SIYANG MAY KAPANGYARIHAN SA LAHAT NG NILIKHA.

Ano ang Personalidad ni Hesus?

1. _____

–MATEO 26:53–
HINDI MO BA ALAM NA MAKAHIHINGI AKO SA AKING AMA NANG HIGIT PA SA LABINDALAWANG BATALYON NG MGA ANGHEL AT PADADALHAN NIYA AKO AGAD?

✋ Itaas ang espada.

30

2. _____

–LUCAS 19:10–
SAPAGKAT NAPARITO ANG ANAK NG TAO UPANG HANAPIN AT ILIGTAS ANG NALIGAW."

✋ Tumingin sa iba't ibang direksyon ng nasa taas ng mga mata ang kamay.

3. _____

–JUAN 10:11–
"AKO ANG MABUTING PASTOL. INIAALAY NG MABUTING PASTOL ANG KANYANG BUHAY PARA SA MGA TUPA.

✋ Ilapit ang mga kamay sa sarili na nagpapalapit ng mga tao.

4. _____

–MATEO 13:37–
ITO ANG TUGON NI HESUS, "ANG ANAK NG TAO ANG NAGHAHASIK NG MABUTING BINHI."

✋ Isaboy ang mga binhi gamit ang kamay.

5. _____

–LUCAS 9:35–
AT MAY ISANG TINIG MULA SA ALAPAAP NA NAGSABI, "ITO ANG AKING ANAK, ANG AKING HINIRANG. SIYA ANG INYONG PAKINGGAN!"

☝ Ilapit ang mga kamay sa bibig tulad ng kumakain.

6. _____

–MARCOS 8:31–
MULA NOON, IPINAALAM NA NI HESUS SA KANYANG MGA ALAGAD NA ANG ANAK NG TAO'Y DAPAT MAGBATA NG MARAMING HIRAP. SIYA'Y ITATAKWIL NG MATANDA NG BAYAN, NG MGA PUNONG SASERDOTE AT NG MGA ESKRIBA AT IPAPAPATAY. NGUNIT SA IKATLONG ARAW, MULI SIYANG MABUBUHAY.

☝ Ilagay ang kamay sa pwesto ng pangdasal.

7. _____

–JUAN 13:14-15–
KUNG AKONG PANGINOON NINYO AT GURO AY NAGHUGAS NG INYONG MGA PAA, DAPAT DIN KAYONG MAGHUGASAN NG PAA. BINIGYAN KO KAYO NG HALIMBAWA AT ITO'Y DAPAT NINYONG TULARAN.

☝ Humawak ng martilyo.

8. _____

–LUCAS 6:38–

"MAGBIGAY KAYO, AT BIBIGYAN KAYO NG DIYOS: HUSTONG TAKAL, SIKSIK, LIGLIG, AT UMAAPAW PA ANG IBIBIGAY SA INYO. SAPAGKAT ANG TAKALANG GINAGAMIT NINYO SA IBA AY SIYA RING GAGAMITIN NG DIYOS SA INYO."

✋ **Kumuha ng pera mula sa bulsa.**

Ano ang Tatlong Pagpipilian Natin Kapag May Alitan na Mangyari?

1. _____

✋ Ipagdikit ang mga kamao. Ipaglayo sila at ilagay sa likod.

2. _____

✋ Ipagdikit ang mga kamao at ipagbangga sila.

3. _____

✋ Ipagdikit ang mga kamo, bitiwan ang kamao at pagbuklurin ang mga daliri, at igalaw ng taas baba ang mga kamay, tulad ng nagsasama.

Berso Pang-saulo

–Mga Taga-Galacia 2:20–
At kung ako ma'y buhay hindi na ako ang nabubuhay kundi si Kristo ang nabubuhay sa akin.

Pagsasanay

Paligsahan ng Pag-arte ↶

Isang Madalas na Tanong

Ano ang pinagkaiba ng walong imahe ni Kristo sa mga regalong espiritwal?

6

Ipamahagi ang Ebanghelyo

Paano maniniwala ang mga tao kung hindi pa nila naririnig ang Ebanghelyo? Pero hindi laging pinapamahagi ng mga tagasunod ni Hesus ang Ebanghelyo para maniwala ang lahat ng tao. Isang dahilan ay hindi nila natutunan kung paano ipamahagi ang Ebanghelyo. Isa pang dahilan ay masyado silang madaming ginagawa sa araw–araw na buhay kaya nakakalimutan nila. Sa araling "Ipamahagi ang Ebaghelyo," matututunan ng mga pinuno kung paano gumawa ng "pulsera ng Ebanghelyo" para ipamahagi sa mga kaibigan at kapamilya. Ipapaalaala sa atin ng pulseras na magpamahagi sa iba at ito din ay magandang panimula sa mga usapan. Ang mga kulay sa pulseras ay magpapaalala sa atin kung paano ipamahagi ang Ebanghelyo sa mga taong hinahanap ang Diyos.

Ang pulsera ng Ebanghelyo ay pinapakita kung paano natin iniwan ang pamilya ng Diyos. Sa simula ay ang Diyos – ang gintong butil. Ginawa ng Banal na Espiritu ang isang perpektong mundo na may mga langit at dagat – ang asul na butil. Ginawa Niya ang tao at inilagay niya sa magandang hardin – ang berdeng butil. Ang unang lalaki at babae ay sinuway ang Diyos at nagdala ng kasalanan at kahirapan sa mundo – ang itim na butil. Pinadala ng Diyos ang Kanyang kaisa-isang Anak sa mundo at nagkaroon Siya ng perpektong buhay – ang puting butil. Binayaran ni Hesus ang ating mga kasalanan sa pagkakamatay sa krus – ang pulang butil.

Ang pulsera ng Ebanghelyo ay nagpapakita sa atin kung paano tayo makakabalik sa pamilya ng Diyos sa pagbabaligtad ng ayos. Sinabi ng Diyos na ang naniniwala na namatay si Hesus sa krus para sa kanila – ang pulang butil – at na si Hesus ay ang Anak ng Diyos – ang puting butil – ay mapapatawad ang kanilang mga kasalanan – ang itim na butil. Inaampon tayo ng Diyos pabalik sa kanyang pamilya at tayo ay lalago na tulad ni Hesus – ang berdeng butil. Binibigay sa atin ng Diyos ang kanyang Banal na Espiritu – ang asul na butil – at nangangako na makakasama natin siya sa langit kapag tayo'y namatay kung saan ang mga kalye ay gawa sa ginto – ang gintong butil.

Ang aralin ay natatapos sa pagpapakita na si Hesus lamang ang daan patungo sa Diyos. Walang taong sapat ang katalinuhan, lakas, o pagmamahal para makabalik sa Diyos ng mag-isa. Si Hesus ang tanging daan na pwedeng tahakin ng mga tao para makabalik sa Diyos. Ang pagsunod kay Hesus ang tanging katotohanan na makakapagligtas sa mga tao sa mga kasalanan nila. Si Hesus lamang ang makakapagbigay ng buhay na walang hanggan dahil sa kanyang pagkamatay sa krus.

PAGPURI

PROGRESO

PROBLEMA

PLANO

Pag-aralan Muli

Pagbati

Sino ang Nagtatayo ng Simbahan?

Bakit Ito Importante?

Paano Tinatayo ni Hesus ang Kanyang Simbahan?

–I Mga Taga-Corinto 11:1–Tularan ninyo ako, gaya ng pagtulad ko kay Kristo.

Magsanay Tulad ni Hesus

Paano Nagsanay si Hesus ng Mga Pinuno?

–Lucas 6:40–Walang alagad na higit sa kanyang guro; ngunit kapag lubusang naturuan, siya'y magiging katulad ng kanyang guro.

Mamuno Tulad ni Hesus

Sino ang Pinakamagaling na Pinuno Ayon kay Hesus?

Ano ang Pitong Katangian ng Isang Mahusay na Pinuno?

–Juan 13:14-15–Kung akong Panginoon ninyo at Guro ay naghugas ng inyong mga paa, dapat din kayong maghugasan ng paa. Binigyan ko kayo ng halimbawa at ito'y dapat ninyong tularan.

Patatagin ang Sarili

Anong Personalidad ang Binigay Sayo ng Diyos?

Aling Klase ng Personalidad ang Pinakamahal ng Diyos?

Aling Klase ng Personalidad ang Pinakamagaling na Pinuno?

> –Mga Taga-Roma 12:4-5–Ang katawan ay binubuo ng maraming bahagi, at hindi pare-pareho ang gawain ng bawat isa. Gayon din naman, tayo'y marami ngunit nabubuo sa iisang katawan ni Kristo, at isa't isa'y bahagi ng iba.

Magpatatag Kasama ang Iba

Bakit Walo ang Klase ng Tao sa Mundo?

Ano ang Personalidad ni Hesus?

Ano ang Tatlong Pagpipilian Natin Kapag May Alitan na Mangyari?

> –Mga Taga-Galacia 2:20–At kung ako ma'y buhay hindi na ako ang nabubuhay kundi si Kristo ang nabubuhay sa akin.

Paano ko Ipamamahagi ang Simpleng Ebanghelyo?

–LUCAS 24:1-7–

UMAGANG-UMAGA NANG ARAW NG LINGGO, ANG MGA BABAE'Y NAGTUNGO SA LIBINGAN, DALA ANG MGA PABANGONG INIHANDA NILA. NANG DUMATING SILA NARATNAN NILANG NAIGULONG NA ANG BATONG NAKATAKIP SA PINTUAN NG LIBINGAN. NGUNIT NANG PUMASOK SILA, WALA ANG BANGKAY NG PANGINOONG HESUS. SAMANTALANG NAGUGULO ANG KANILANG ISIP TUNGKOL DITO, NAKITA NILA'T SUKAT SA TABI NILA ANG DALAWANG LALAKING NAKASISILAW ANG DAMIT.

Dahil sa matinding takot, sila'y lumuhod, sayad ang mukha sa lupa. Tinanong sila ng mga lalaki, "Bakit ninyo hinahanap ang buhay sa gitna ng mga patay?" Wala na siya rito – siya'y muling nabuhay! Alalahanin ninyo ang sinabi niya sa inyo noong nasa Galilea pa siya: Ang Anak ng Tao ay kailangang maipagkanulo sa mga makasalanan at maipako sa krus, at sa ikatlong araw ay muling mabuhay.'"

GINTONG BUTIL

ASUL NA BUTIL

BERDENG BUTIL

ITIM NA BUTIL

PUTING BUTIL

PULANG BUTIL

PULANG BUTIL

PUTING BUTIL

ITIM NA BUTIL

BERDENG BUTIL

ASUL NA BUTIL

GINTONG BUTIL

Bakit Natin Kailangan ang Tulong ni Hesus?

1. _____

−ISAIAS 55:9−
KUNG PAANONG ANG LANGIT HIGIT NA MATAAS,
MATAAS SA LUPA, ANG DAA'T ISIP KO'Y HINDI MAAABOT
NG INYONG AKALA.

    ✋ Ilagay ang mga hintuturo sa magkabilang bahagi
ng ulo at umiling ng "Hindi."

2. _____

−ISAIAS 64:6−
ANG LAHAT SA AMI'Y PAWING NAGKASALA, ANG AMING
KATULAD KAHIT ANONG GAWIN AY DUMING DI HAMAK.
ANG NAKAKAWANGKI NG SINAPIT NAMI'Y MGA DAHONG

LAGAS, SA SIMOY NG HANGI'Y TINATANGAY ITO AT
IPINAPADPAD.

✋ **Pretend to take a lot of money out of your shirt
pocket or purse and shake your head "No."**

3. _____

–MGA TAGA-ROMA 7:18–
ALAM KONG WALANG MABUTING BAGAY NA NANANAHAN
SA AKIN, IBIG KONG SABIHI'Y SA AKING KATAWANG
MAKALAMAN. KAYANG-KAYA KONG MAGNASA NG
MABUTI, HINDI KO LANG MAGAWA ANG MABUTING
NINANASA KO.

✋ Itaas ang mga braso parang isang malakas na
lalaki, tapos umiling ng "Hindi."

4. _____

–MGA TAGA-ROMA 3:23–
SAPAGKAT ANG LAHAT AY NAGKASALA AT WALANG
SINUMANG KARAPAT-DAPAT SA PANINGIN NG DIYOS.

✋ Ilabas ang mga kamay na parang nagbabalanse,
itaas at baba, tapos ay umiling ng "Hindi."

Berso Pang-saulo

–JUAN 14:6–
SUMAGOT SI HESUS, "AKO ANG DAAN, ANG KATOTOHANAN, AT ANG BUHAY. WALANG MAKAPUPUNTA SA AMA KUNDI SA PAMAMAGITAN KO."

PAGSASANAY

"Ngayon ay gagamitin natin ang parehong proseso ng pagsasanay na ginamit ni Hesus para sanayin ang natutunan natin sa araling ito."

PAGTATAPOS

Ang Kapangyarihan ng Pagsasanay ng Mga Pinuno

Plano ni Hesus

7

Gumawa ng Disipulo

Ang magaling na pinuno ay laging may magaling na plano. Binigyan ni Hesus ang kanyang mga disipulo na simple pero makapangyarihang plano para sa kanilang mga ministro sa Luke 10: ihanda ang mga puso, maghanap ng mga mapayapang tao, ipamahagi ang mabuting balita, at tingnan ang resulta. Binigyan tayo ng Hesus ng magandang plano na susundin.

Kung magsisimula tayo ng ministro sa simbahan, magtatayo ng bagong simbahan, o isang grupo, ang mga gawain sa Plano Para Kay Hesus ay tutulong sa atin na makaiwas sa mga pagkakamaling hindi kailangan. Ang aralin na ito ay magtuturo sa mga pinuno kung paano tulungan ang isa't isa sa kanilang mga Plano Para Kay Hesus. Magsisimula din sila sa paggawa ng kanilang Plano Para Kay Hesus na ipapamahagi sa grupo.

PAGPURI

PROGRESO

PROBLEMA

PLANO

Pag-aralan Muli

Pagbati

Sino ang Nagtatayo ng Simbahan?
Bakit Ito Importante?
Paano Tinatayo ni Hesus ang Kanyang Simbahan?

–I Mga Taga-Corinto 11:1–Tularan ninyo ako, gaya ng pagtulad ko kay Kristo.

Magsanay Tulad ni Hesus

Paano Nagsanay si Hesus ng Mga Pinuno?

–Lucas 6:40–Walang alagad na higit sa kanyang guro; ngunit kapag lubusang naturuan, siya'y magiging katulad ng kanyang guro.

Mamuno Tulad ni Hesus

Sino ang Pinakamagaling na Pinuno Ayon kay Hesus? ✋
Ano ang Pitong Katangian ng Isang Mahusay na Pinuno?

–Juan 13:14-15–Kung akong Panginoon ninyo at Guro ay naghugas ng inyong mga paa, dapat din

kayong maghugasan ng paa. Binigyan ko kayo ng halimbawa at ito'y dapat ninyong tularan.

Patatagin ang Sarili

Anong Personalidad ang Binigay Sayo ng Diyos?

Aling Klase ng Personalidad ang Pinakamahal ng Diyos?

Aling Klase ng Personalidad ang Pinakamagaling na Pinuno?

> *–Mga Taga-Roma 12:4-5–Ang katawan ay binubuo ng maraming bahagi, at hindi pare-pareho ang gawain ng bawat isa. Gayon din naman, tayo'y marami ngunit nabubuo sa iisang katawan ni Kristo, at isa't isa'y bahagi ng iba.*

Magpatatag Kasama ang Iba

Bakit Walo ang Klase ng Tao sa Mundo?

Ano ang Personalidad ni Hesus?

Ano ang Tatlong Pagpipilian Natin Kapag May Alitan na Mangyari?

> *–Mga Taga-Galacia 2:20- At kung ako ma'y buhay hindi na ako ang nabubuhay kundi si Kristo ang nabubuhay sa akin.*

Ipamahagi ang Ebanghelyo

Paano ko Ipamamahagi ang Simpleng Ebanghelyo?

Bakit Natin Kailangan ang Tulong ni Hesus?

> *–Juan 14:6–Sumagot si Hesus, "Ako ang daan, ang katotohanan, at ang buhay. Walang makapupunta sa Ama kundi sa pamamagitan ko."*

Ano Ang Unang Hakbang sa Plano ni Hesus?

–LUCAS 10:1-4–

[1]PAGKATAPOS NG MGA BAGAY NA ITO, ANG PANGINOON AY HUMIRANG PA NG PITUMPU'T DALAWA. PINAUNA NIYA SILA NANG DALA-DALAWA SA BAWAT BAYAN AT POOK NA PATUTUNGUHAN NIYA.

[2]SINABI NIYA SA KANILA, "SAGANA ANG AANIHIN, NGUNIT KAKAUNTI ANG MGA MANGGAGAWA. IDALANGIN NINYO SA MAY-ARI NA MAGPADALA SIYA NG MGA MANGGAGAWA SA KANYANG BUKIRIN.

[3]HUMAYO KAYO! SINUSUGO KO KAYONG PARANG MGA KORDERO SA GITNA NG MGA ASONG-GUBAT.

[4]HUWAG KAYONG MAGDALA NG LUKBUTAN, SUPOT, O PANYAPAK. HUWAG NA KAYONG TITIGIL SA DAAN UPANG MAKIPAGBATIAN KANINUMAN.

❧ Sandalan Niyo Ako ❧

🖐 Gamitin ang hintuturo at hinlalato sa parehong kamay para "maglakad" ng sabay.

PUMUNTA KUNG SAAN KUMIKILOS SI HESUS (1)

🖐 Ipatong ang isang kamay sa puso at umiling ng 'hindi'.

🖐 Ilagay ang isang kamay sa taas ng mga mata at maghanap pakanan at pakaliwa.

🖐 Ituro ang kamay paharap at umiling ng "oo".

🖐 Itaas ang mga kamay sa pagpuri at pagkatapos ay ipatong sila sa inyng puso.

IPAGDASAL ANG MGA PINUNO SA ANIHAN (2)

🖐 Itaas ang mga kamay sa pagpupuri.

🖐 Nakaharap ang mga palad at tinatakpan ang mukha; nakalingon ang ulo palayo.

🖐 Ibilog ang mga kamay para tumanggap.

🖐 Idikit ang mga kamay sa pagdadasal at idikit sa noo para sumimbolo ng respeto.

HUMAYO NG MAPAGPAKUMBABA (3)

⤳ Ang Mayabang na Pinuno ⤳

🖐 Idikit ang kamay sa pagdadasal at yumuko.

UMASA SA DIYOS, HINDI SA PERA (4)

✥ Ang Pera ay Parang Matamis ✥

🖐 Magkunwari na kukuha ng pera sa bulsa, umiling ng "Hindi." Pagkatapos ay tumuro papunta sa langit at tumango ng "Oo."

PUMUNTA KUNG SAAN KA NIYA TINATAWAG (4)

✥ Mabuting Abala ✥

🖐 Ipagdikit ang mga palad at daliri ng parehong kamay at gumawa ng galaw na "diretso."

Berso Pang-saulo

–LUCAS 10:2–
SINABI NIYA SA KANILA, "SAGANA ANG AANIHIN, NGUNIT KAKAUNTI ANG MGA MANGGAGAWA. IDALANGIN NINYO SA MAY-ARI NA MAGPADALA SIYA NG MGA MANGGAGAWA SA KANYANG BUKIRIN."

PAGSASANAY

PAGTATAPOS

Plano ni Hesus

8

Magsimula ng Mga Grupo

Hinahanda ng mga pinuno ang kanilang mga puso sa Unang Hakbang ng Plano ni Hesus. Ang araling "Magsimula ng Mga Grupo" ay sumasakop sa ikalawa, ikatlo, at ikaapat na hakbang. Madami tayong maiiwasang mga pagkakamali sa ministro at misyon sa pagsunod sa mga prinispyo ng plano ni Hesus sa Lucas 10. Ang mga pinuno ay ginagamit ang mga prinsipyong ito sa dulo ng sesyon sa pagbuo ng kani-kanilang "Plano ni Hesus."

Ang Ikalawang Hakbang ay tungkol sa pagbubuo ng mga relasyon. Sinasamahan natin kung nasaan ang Diyos at naghahanap ng mga taong maimpluwensiya na tumutugon sa Kanyang mensahe. Kinakain at iniinom natin ang inaalok nila sa atin para ipakita ang ating pagtanggap sa kanila. Hindi tayo lumilipat mula sa isang pagkakaibigan papunta sa kabila dahil sinisira nito ang mensahe ng pagkakasundo na ating tinuturo.

Ipinamamahagi natin ang Ebanghelyo sa Ikatlong Hakbang. Si Hesus ay isang pastol na gustong magtanggol at magbigay sa mga tao. Sa hakbang na ito, ang mga tagasanay ay inaanyayahan ang mga pinuno na maghanap ng mga paraan na kung saan makakapagpagaling sila habang nagmiministro. Walang pakialam ang mga tao sa alam mo hanggang hindi nila alam na ikaw ay may pakialam sa kanila. Ang pagpapagaling sa mga maysakit ay nagbubukas ng mga pinto sa pamamahagi ng Ebanghelyo.

Inaaral natin ang halaga ng mga resulta at nag-aayos sa Ikaapat na Hakbang. Gaano kahandang tumanggap ang mga tao? Mayroon bang totoong interes sa mga bagay pang-espiritwal o may ibang rason sa pagkakawili nila tulad ng pera? Kung tumutugon ang mga tao, tayo ay nananatili at tinutuloy ang misyon. Kung hindi tumutugon ang mga tao, inuutusan tayo ni Hesus na umalis at magsimula ulit sa ibang lugar.

PAGPURI

PROGRESO

PROBLEMA

PLANO

Pag-aralan Muli

Pagbati

Sino ang Nagtatayo ng Simbahan?

Bakit Ito Importante?

Paano Tinatayo ni Hesus ang Kanyang Simbahan?

> *–I Mga Taga-Corinto 11:1–Tularan ninyo ako, gaya ng pagtulad ko kay Kristo.*

Magsanay Tulad ni Hesus

Paano Nagsanay si Hesus ng Mga Pinuno?

> *–Lucas 6:40–Walang alagad na higit sa kanyang guro; ngunit kapag lubusang naturuan, siya'y magiging katulad ng kanyang guro.*

Mamuno Tulad ni Hesus

Sino ang Pinakamagaling na Pinuno Ayon kay Hesus?

Ano ang Pitong Katangian ng Isang Mahusay na Pinuno?

> *–Juan 13:14-15–Kung akong Panginoon ninyo at Guro ay naghugas ng inyong mga paa, dapat din kayong maghugasan ng paa. Binigyan ko kayo ng halimbawa at ito'y dapat ninyong tularan.*

Patatagin ang Sarili

Anong Personalidad ang Binigay Sayo ng Diyos?

Aling Klase ng Personalidad ang Pinakamahal ng Diyos?

Aling Klase ng Personalidad ang Pinakamagaling na Pinuno?

–Mga Taga-Roma 12:4-5–Ang katawan ay binubuo ng maraming bahagi, at hindi pare-pareho ang gawain ng bawat isa. Gayon din naman, tayo'y marami ngunit nabubuo sa iisang katawan ni Kristo, at isa't isa'y bahagi ng iba.

Magpatatag Kasama ang Iba

Bakit Walo ang Klase ng Tao sa Mundo?

Ano ang Personalidad ni Hesus?

Ano ang Tatlong Pagpipilian Natin Kapag May Alitan na Mangyari?

–Mga Taga-Galacia 2:20–At kung ako ma'y buhay hindi na ako ang nabubuhay kundi si Kristo ang nabubuhay sa akin.

Ipamahagi ang Ebanghelyo

Paano ko Ipamamahagi ang Simpleng Ebanghelyo?

Bakit Natin Kailangan ang Tulong ni Hesus?

–Juan 14:6–Sumagot si Hesus, "Ako ang daan, ang katotohanan, at ang buhay. Walang makapupunta sa Ama kundi sa pamamagitan ko."

Gumawa ng Disipulo

Ano ang Unang Hakbang sa Plano ni Hesus?

–Lucas 10:2-4–Sinabi niya sa kanila, "Sagana ang aanihin, ngunit kakaunti ang mga manggagawa. Idalangin ninyo sa may-ari na magpadala siya ng mga manggagawa sa kanyang bukirin."

Ano ang Ikalawang Hakbang sa Plano ni Hesus?

–LUCAS 10:5-8–

[5]"PAGPASOK NINYO SA ALINMANG BAHAY, SABIHIN MUNA NINYO, 'MAGHARI NAWA ANG KAPAYAPAAN SA BAHAY NA ITO!'

[6]KUNG MAIBIGIN SA KAPAYAPAAN ANG NAKATIRA ROON, SASAKANILA ANG KAPAYAPAAN; NGUNIT KUNG HINDI, HINDI SILA MAGKAKAMIT NITO.

[7]MANATILI KAYO SA BAHAY NA INYONG TINUTULUYAN; KANIN NIYO AT INUMIN ANG ANUMANG IDULOT SA INYO – SAPAGKAT ANG MANGGAGAWA AY MAY KARAPATANG TUMANGGAP NG KANYANG UPA. HUWAG KAYONG MAGPAPALIPAT-LIPAT NG BAHAY.

[8]"KAPAG TINANGGAP KAYO SA ALINMANG BAYAN, KANIN NINYO ANG ANUMANG IHAIN SA INYO.

MAGHANAP NG TAONG NANINIWALA SA KAPAYAPAAN (5, 6)

Ipagdikit ang mga kamay na parang magkaibigan na nagkakamayan.

KAININ AT INUMIN ANG INAALOK SA INYO (7, 8)

Magkunwaring kumakain at umiinom. Tapos himasin ang tiyan na parang masarap ang pagkain.

HUWAG PALIPAT-LIPAT NG BAHAY (7)

✋ Gawin ang hugis ng bubong gamit ang parehong kamay. Ilipat ang bahay sa iba't ibang lugar at umiling ng "Hindi."

✍ Paano Pagagalitin ang Isang Nayon ✍

Ano ang Ikatlong Hakbang ng Plano ni Hesus?

–LUCAS 10:9–
PAGALINGIN NINYO ANG MGA MAYSAKIT DOON, AT SABIHIN SA BAYAN, 'NALALAPIT NA ANG PAGHAHARI NG DIYOS SA INYO.'

PAGALINGIN ANG MAYSAKIT (9)

✋ Itaas ang mga kamay ng parang pinagdadasal ang isang taong may sakit.

IPAMAHAGI ANG EBANGHELYO (9)

✋ Ikutin ang mga kamay sa paligid ng bibig na parang may hawak na megaphone.

❦ Ang Ibon Na May Dalawang Pakpak ❦

Ano ang Ikaapat na Hakbang sa Plano ni Hesus?

–LUCAS 10:10-11–

NGUNIT SA ALINMANG BAYANG HINDI TUMANGGAP SA INYO, LUMABAS KAYO SA MGA LANSANGAN NITO AT SABIHIN NINYO, 'PATI ANG ALIKABOK DITO NA DUMIKIT SA AMING MGA PAA AY IPINAPAGPAG NAMIN BILANG BABALA SA INYO. NGUNIT PAKATANDAAN NINYONG NALAPIT NA SA INYO ANG PAGHAHARI NG DIYOS!'

ARALIN ANG HALAGA NG KANILANG TUGON (10, 11)

🖐 Ilabas ang mga palad na parang nagbabalanse ng timbangan. Itaas baba ang timbangan na may nagtatanong na itsura sa mukha.

UMALIS KAPAG HINDI SILA TUMUGON (11)

🖐 Kumaway ng pagpaalam.

56

Berso Pang-saulo

> –LUCAS 10:9–
> PAGALINGIN NINYO ANG MGA MAYSAKIT DOON, AT SABIHIN SA BAYAN, 'NALALAPIT NA ANG PAGHAHARI NG DIYOS SA INYO.'

PAGSASANAY

PAGTATAPOS

Plano ni Hesus

9

Palaguin ang Mga Grupo

Ang mga malusog na lumalagong mga simbahan ay ang resulta ng pagiging matatag sa Diyos, pamamahagi ng Ebanghelyo, paggawa ng mga disipulo, pagsimula ng mga grupo, at pagsasanay ng mga pinuno. Ngunit ang karamihan sa mga pinuno ay hindi pa nakakapagtayo ng simbahan, at hindi alam kung paano ito sisimulan. Tinuturo sa "Palaguin ang Mga Grupo" ang mga lugar kung saan tayo dapat tumuon sa pagsisimula ng mga grupo na magiging mga simbahan. Sa libro ng Mga Gawa, inuutusan tayo ni Hesus na magsimula ng grupo sa apat na iba't ibang lugar. Sabi Niya na magsimula ng mga grupo sa siyudad at rehiyon kung saan tayo nakatira. Pagkatapos ay magsimula naman tayo ng mga bagong grupo sa mga katabing rehiyon at ibang grupong etniko kung saan tayo nakatira. At ang huli, inuutusan tayo ni Hesus na pumunta sa malalayong lugar at abutin ang bawat grupong etniko sa buong mundo. Inaanyayahan ng mga tagapagsanay ang mga pinuno na gayahin ang puso ni Hesus para sa lahat ng tao at gumawa ng mga plano para maabot ang kanilang Herusalem, Judea, Samaria, at hanggang sa dulo ng mundo. Idadagdag ng mga pinuno ang mga pangako na ito sa "Plano ni Hesus."

Ang libro ng Mga Gawa ay naglalarawan din sa trabaho ng apat na klase ng tagapagsimula ng grupo. Si Pedro, isang pastor, ay tumulong magsimula ng grupo sa bahay ni Cornelio. Si Pablo, isang karaniwang tao, ay naglakbay sa buong Imperyo ng Roma para magsimula ng mga grupo. Sina Priscila & Aquila, mga negosyante, ay nagsimula ng mga grupo kung saan man sila dinala ng kanilang negosyo. Ang mga inaping mga tao sa Mga Gawa 8 ay nagkalat at nagsimula ng mga grupo sa mga lugar na pinuntahan nila. Sa araling ito, ang mga pinuno ay tutukoy ng mga pwedeng tagasimula ng grupo sa kanilang mga kilala at idadagdag sila sa "Plano ni Hesus." Natatapos ang sesyon sa pananagot sa inaakala na ang pagsisimula ng simbahan ay nangangailangan ng malaking pera. Karamihan sa mga simbahan ay nagsisimula lamang sa gastos ng pagbili ng iisang Bibliya.

PAGPURI

PROGRESO

PROBLEMA

PLAN

Pag-aralan Muli

Pagbati

Sino ang Nagtatayo ng Simbahan?

Bakit Ito Importante?

Paano Tinatayo ni Hesus ang Kanyang Simbahan?

–I Mga Taga-Corinto 11:1–Tularan ninyo ako, gaya ng pagtulad ko kay Kristo.

Magsanay Tulad ni Hesus

Paano Nagsanay si Hesus ng Mga Pinuno?

–Lucas 6:40–Walang alagad na higit sa kanyang guro; ngunit kapag lubusang naturuan, siya'y magiging katulad ng kanyang guro.

Mamuno Tulad ni Hesus

Sino ang Pinakamagaling na Pinuno Ayon kay Hesus?

Ano ang Pitong Katangian ng Isang Mahusay na Pinuno?

–Juan 13:14-15–Kung akong Panginoon ninyo at Guro ay naghugas ng inyong mga paa, dapat din kayong maghugasan ng paa. Binigyan ko kayo ng halimbawa at ito'y dapat ninyong tularan.

Patatagin ang Sarili

Anong Personalidad ang Binigay Sayo ng Diyos?

Aling Klase ng Personalidad ang Pinakamahal ng Diyos?

Aling Klase ng Personalidad ang Pinakamagaling na Pinuno?

–Mga Taga-Roma 12:4-5–Ang katawan ay binubuo ng maraming bahagi, at hindi pare-pareho ang gawain ng bawat isa. Gayon din naman, tayo'y marami ngunit nabubuo sa iisang katawan ni Kristo, at isa't isa'y bahagi ng iba.

Magpatatag Kasama ang Iba

Bakit Walo ang Klase ng Tao sa Mundo?

Ano ang Personalidad ni Hesus?

Ano ang Tatlong Pagpipilian Natin Kapag May Alitan na Mangyari?

–Mga Taga-Galacia 2:20–At kung ako ma'y buhay hindi na ako ang nabubuhay kundi si Kristo ang nabubuhay sa akin.

Ipamahagi ang Ebanghelyo

Paano ko Ipamamahagi ang Simpleng Ebanghelyo?

Bakit Natin Kailangan ang Tulong ni Hesus?

–Juan 14:6–Sumagot si Hesus, "Ako ang daan, ang katotohanan, at ang buhay. Walang makapupunta sa Ama kundi sa pamamagitan ko."

Gumawa ng Disipulo

Ano ang Unang Hakbang sa Plano ni Hesus?

–Lucas 10:2-4–Sinabi niya sa kanila, "Sagana ang aanihin, ngunit kakaunti ang mga manggagawa. Idalangin ninyo sa may-ari na magpadala siya ng mga manggagawa sa kanyang bukirin."

Magsimula ng Mga Grupo

Ano ang Ikalawang Hakbang sa Plano ni Hesus?

Ano ang Ikatlong Hakbang ng Plano ni Hesus?

Ano ang Ikaapat na Hakbang sa Plano ni Hesus?

–Lucas 10:9–Pagalingin ninyo ang mga maysakit doon, at sabihin sa bayan, 'Nalalapit na ang paghahari ng Diyos sa inyo.'

Saan ang apat na lugar na inutusan ni Hesus ang mga naniniwala na magsimula ng mga grupo?

–MGA GAWA 1:8–

NGUNIT BIBIGYAN KO KAYO NG KAPANGYARIHAN PAGBABA SA INYO NG ESPIRITU SANTO, AT KAYO'Y MAGIGING MGA SAKSI KO SA HERUSALEM, SA BUONG JUDEA AT SAMARIA, AT HANGGANG SA DULO NG DAIGDIG.

1. _____

2. _____

3. _____

4. _____

Ano ang apat na paraan para magsimula ng grupo o simbahan?

1. _____

–MGA GAWA 10:9–
KINABUKASAN, NANG MALAPIT NA SA JOPE ANG MGA INUTUSAN NI CORNELIO, SI PEDRO NAMA'Y UMAKYAT SA BUBUNGAN UPANG MANALANGIN. MAGTATANGHALING-TAPAT NA NOON.

2. _____

–MGA GAWA 13:2–
SAMANTALANG SILA'Y NAG-AAYUNO AT SUMASAMBA SA PANGINOON, SINABI SA KANILA NG ESPIRITU SANTO, "IBUKOD NINYO SINA BERNABE AT SAULO. SILA'Y HINIRANG KO PARA SA TANGING GAWAING INILAAN KO SA KANILA."

3. _____

–I MGA TAGA-CORINTO 16:19–
KINUKUMUSTA KAYO NG MGA IGLESIYA SA ASYA. KINUKUMUSTA RIN KAYO NINA AQUILA AT PRISCILA AT NG MGA KAPATID NA NAGTITIPON SA KANILANG BAHAY, SA NGALAN NG PANGINOON.

4. _____

–MGA GAWA 8:1–
KASANG-AYON SI SAULO SA PAGKAPATAY KAY ESTEBAN. AT NAGSIMULA NANG ARAW NA IYON ANG ISANG MAHIGPIT NA PAG-UUSIG LABAN SA IGLESIYA SA HERUSALEM. AT LIBAN SA MGA APOSTOL, LAHAT NG SUMASAMPALATAYA AY NANGALAT SA LUPAIN NG JUDEA AT SAMARIA.

Berso Pang-saulo

–MGA GAWA 1:8–
NGUNIT BIBIGYAN KO KAYO NG KAPANGYARIHAN PAGBABA SA INYO NG ESPIRITU SANTO, AT KAYO'Y MAGIGING MGA SAKSI KO SA HERUSALEM, SA BUONG JUDEA AT SAMARIA, AT HANGGANG SA DULO NG DAIGDIG.

PAGSASANAY

PAGTATAPOS

Magkano magsimula ng bagong simbahan?

Plano ni Hesus

ISANG KARANIWANG TANONG

Paano kung may mga hindi marunong bumasa at sumulat sa mga sesyon ng pagsasanay?

10

Sundin si Hesus

Natutunan ng mga pinuno sa *Pagsasanay ng Mga Kumpletong Pinuno* kung sino ang nagtatayo ng simbahan at kung bakit ito importante. Bihasa na sila sa limang bahagi ng estratehiya ni Hesus para maabot ang mundo at nagsanay na para maturuan ang isa't isa. Naiintindihan nila ang pitong katangian ng isang magaling na pinuno, nakagawa ng "puno ng pagsasanay" para sa kinabukasan, at marunong na makisama sa iba't ibang personalidad. Ang bawat pinuno ay may plano na base sa plano ni Hesus sa Lucas 10. Ang "Sundin si Hesus" ay sumasagot sa isa pang bahagi ng pagkapinuno na natitira: pag-uudyok.

Dalawang libong taon na ang nakalipas, sinunod ng mga tao si Hesus dahil sa iba't ibang rason. Ang iba, tulad nina Santiago at Juan, ay naniwala na ang pagsunod kay Hesus ay magdadala sa kanila ng kasikatan. Ang iba, tulad ng mga Pariseo, ay sinunod Siya para batikusin at ipakita na masmagaling sila. At ang iba naman, tulad ni Hudas, ay sinundan si Hesus para sa pera. Isang grupo ng limang libong tao ay gustong sundin si Hesus dahil binigyan Niya sila ng pagkain na kailangan nila. May isa pang grupo na sumunod kay Hesus dahil kinailangan nilang magamot, at isang tao lamang ang bumalik para magpasalamat. Nakakalungkot na maraming tao ang sumusunod kay Hesus para sa mabibigay Niya sa kanila. Walang pinagkaiba ngayon. Bilang mga pinuno, dapat nating tanungin ang ating sarili ng "Bakit ko sinusunod si Hesus?"

Pinuri ni Hesus ang mga taong sumusunod sa Kanya ng may puso na puno ng pagmamahal. Ang isang mamahaling regalo ng pabango ng isang babaeng tinanggihan ay may dalang pangako ng pagtanda kung saan man ipinamamahagi ng tao ang Ebanghelyo. Ang katiting na donasyon ng isang biyuda ay masmatimbang sa puso ni Hesus kumpara sa lahat ng ginto sa templo. Nabigo si Hesus nang ang isang batang lalaki na puno ng pangako ay tumangging mahalin ang Diyos ng buong puso, at pinili ang kayamanan. At si Hesus ay tinanong si Pedro ng isang tanong lang para pabalikin siya pagkatapos niyang magtaksil, "Simon, mahal mo ba ako?" Ang mga pinunong espiritwal ay mahal ang mga tao at mahal ang Diyos.

Ang sesyon ay natatapos sa pamamahagi ng bawat pinuno ng kanilang "Plano ni Hesus." Ang mga pinuno ay pinagdarasal ang isa't isa, nangakong magtratrabaho ng sama-sama, at nagtuturo sa mga bagong pinuno para sa pagmamahal at kaluwalhatian ng Diyos.

PAGPURI

PROGRESO

Pag-aralan Muli

Pagbati
Sino ang Nagtatayo ng Simbahan?
Bakit Ito Importante?
Paano Tinatayo ni Hesus ang Kanyang Simbahan?

–I Mga Taga-Corinto 11:1–Tularan ninyo ako, gaya ng pagtulad ko kay Kristo.

Magsanay Tulad ni Hesus

Paano Nagsanay si Hesus ng Mga Pinuno?

–Lucas 6:40–Walang alagad na higit sa kanyang guro; ngunit kapag lubusang naturuan, siya'y magiging katulad ng kanyang guro.

Mamuno Tulad ni Hesus

Sino ang Pinakamagaling na Pinuno Ayon kay Hesus?

Ano ang Pitong Katangian ng Isang Mahusay na Pinuno?

–Juan 13:14-15–Kung akong Panginoon ninyo at Guro ay naghugas ng inyong mga paa, dapat din kayong maghugasan ng paa. Binigyan ko kayo ng halimbawa at ito'y dapat ninyong tularan.

Patatagin ang Sarili

Anong Personalidad ang Binigay Sayo ng Diyos?

Aling Klase ng Personalidad ang Pinakamahal ng Diyos?

Aling Klase ng Personalidad ang Pinakamagaling na Pinuno?

–Mga Taga-Roma 12:4-5–Ang katawan ay binubuo ng maraming bahagi, at hindi pare-pareho ang gawain ng bawat isa. Gayon din naman, tayo'y marami ngunit nabubuo sa iisang katawan ni Kristo, at isa't isa'y bahagi ng iba.

Magpatatag Kasama ang Iba

Bakit Walo ang Klase ng Tao sa Mundo?

Ano ang Personalidad ni Hesus?

Ano ang Tatlong Pagpipilian Natin Kapag May Alitan na Mangyari?

–Mga Taga-Galacia 2:20–At kung ako ma'y buhay hindi na ako ang nabubuhay kundi si Kristo ang nabubuhay sa akin.

Ipamahagi ang Ebanghelyo

Paano ko Ipamamahagi ang Simpleng Ebanghelyo?
Bakit Natin Kailangan ang Tulong ni Hesus?

–Juan 14:6–Sumagot si Hesus, "Ako ang daan, ang katotohanan, at ang buhay. Walang makapupunta sa Ama kundi sa pamamagitan ko."

Gumawa ng Disipulo

Ano ang Unang Hakbang sa Plano ni Hesus?

–Lucas 10:2-4–Sinabi niya sa kanila, "Sagana ang aanihin, ngunit kakaunti ang mga manggagawa. Idalangin ninyo sa may-ari na magpadala siya ng mga manggagawa sa kanyang bukirin."

Magsimula ng Mga Grupo

Ano ang Ikalawang Hakbang sa Plano ni Hesus?
Ano ang Ikatlong Hakbang ng Plano ni Hesus?
Ano ang Ikaapat na Hakbang sa Plano ni Hesus?

–Lucas 10:9–Pagalingin ninyo ang mga maysakit doon, at sabihin sa bayan, 'Nalalapit na ang paghahari ng Diyos sa inyo.'

Magsimula ng Mga Simbahan

Saan ang apat na lugar na inutusan ni Hesus ang mga naniniwala na magsimula ng mga grupo?
Ano ang apat na paraan para magsimula ng simbahan?
Magkano magsimula ng bagong simbahan?

–Mga Gawa 1:8–"Ngunit bibigyan ko kayo ng kapangyarihan pagbaba sa inyo ng Espiritu Santo, at kayo'y magiging mga saksi ko sa Herusalem, sa buong Judea at Samaria, at hanggang sa dulo ng daigdig.

PLANO

Bakit mo Sinusunod si Hesus?

1. _____

–MARCOS 10:35-37–
LUMAPIT KAY HESUS SINA SANTIAGO AT JUAN NA MGA ANAK NI ZEBEDEO, AT ANG SABI, "GURO, MAY HIHILINGIN PO SANA KAMI SA INYO." "ANO IYON?" TANONG NI HESUS. SUMAGOT SILA, "SANA'Y MAKAUPO KAMI KATABI NINYO SA INYONG KAHARIAN – ISA SA KANAN AT ISA SA KALIWA."

2. _____

–LUCAS 11:53-54–
AT UMALIS SI HESUS SA BAHAY NA IYON. MULA NOON, TINULIGSA NA SIYA NG MGA ESKRIBA AT NG MGA PARISEO AT PINAGTATANONG TUNGKOL SA MARAMING BAGAY, UPANG MASILO SIYA SA KANYANG PANANALITA.

3. _____

–JUAN 12:4-6–

SI HUDAS ISCARIOTE, ANG ALAGAD NA MAGKAKANULO KAY HESUS, AY NAGSABI, "BAKIT HINDI IPINAGBILI ANG PABANGO AT BINIGAY SA MGA DUKHA ANG PINAGBILHAN? MAAARING UMABOT SA 300 DENARYO ANG HALAGA NIYAN." HINDI DAHIL SA SIYA'Y MAY MALASAKIT SA MGA DUKHA KAYA NIYA SINABI IYON, KUNDI DAHIL SA SIYA'Y MAGNANAKAW. SIYA ANG NAG-IINGAT NG KANILANG SALAPI AT KINUKUPIT NIYA ITO.

4. _____

–JUAN 6:11-15–

KINUHA NI HESUS ANG TINAPAY AT MATAPOS MAGPASALAMAT SA DIYOS AY IPINAMAHAGI SA MGA TAO; GAYON DIN ANG GINAWA NIYA SA ISDA. BINIGYAN ANG LAHAT HANGGA'T GUSTO NILA. AT NANG MAKAKAIN NA SILA, SINABI NIYA SA MGA ALAGAD, "TIPUNIN NINYO ANG LUMABIS PARA HINDI MASAYANG." GAYON NGA ANG GINAWA NILA, AT NAKAPUNO SILA NG LABINDALAWANG BAKOL. NANG MAKITA NG MGA TAO ANG KABABALAGHANG GINAWA NI HESUS, SINABI NILA, "TUNAY NA ITO ANG PROPETANG PARIRITO SA SANLIBUTAN!" NAHALATA NI HESUS NA LALAPIT ANG MGA TAO AT PILIT SIYANG KUKUNIN UPANG GAWING HARI, KAYA MULI SIYANG UMALIS NA MAG-ISA PATUNGO SA KABURULAN.

5. _____

–LUCAS 17:12-14–

NANG PAPASOK NA SIYA SA ISANG NAYON, SIYA'Y SINALUBONG NG SAMPUNG KETONGIN. TUMIGIL SILA SA MALAYU-LAYO AT HUMIYAW NG "HESUS! PANGINOON! MAHABAG PO KAYO SA AMIN!" NANG MAKITA SILA AY SINABI NIYA, "HUMAYO KAYO AT PAKITA SA MGA SASERDOTE." AT SAMANTALANG SILA'Y NAGLALAKAD, GUMALING SILA.

Natatandaan niyo ba ang babaeng makasalanan na binuhusan ng mamahaling pabango si Hesus?"

–MATEO 26:13–

"TANDAAN NINYO: SAANMAN IPANGARAL ANG MABUTING BALITA, MABABANGGIT DIN ANG GINAWA NIYANG ITO BILANG PAG-AALAALA SA KANYA."

"Natatandaan niyo ba ang mahirap na biyuda? Ang kanyang alay ay masmatimbang sa puso ng Diyos kaysa lahat ng kayamanan ng templo."

–LUCAS 21:3–

ANG WIKA NI HESUS, "SINASABI KO SA INYO: ANG DUKHANG BALONG IYON AY NAGHULOG NANG HIGIT KAYSA KANILANG LAHAT."

"Natatandaan niyo ba ang isang tanong ni Hesus kay Pedro pagkatapos niyang pagtaksilan si Hesus?"

–JUAN 21:17–

PANGATLONG ULIT NA TINANONG SIYA NI HESUS, "SIMON, ANAK NI JUAN, INIIBIG MO BA AKO?" NALUNGKOT SI PEDRO SAPAGKAT MAKAITLO SIYANG

TINANONG: "INIIBIG MO BA AKO?" AT SUMAGOT SIYA, "PANGINOON, NALALAMAN PO NINYO ANG LAHAT NG BAGAY; NALALAMAN NINYONG INIIBIG KO KAYO." SINABI SA KANYA NI HESUS, "PAKANIN MO ANG AKING MGA TUPA."

PRESENTASYON NG MGA PLANO NI HESUS

Pagsasanay ng mga Pinuno

Ang *Pagsasanay ng Mga Kumpletong Pinuno* ay ang pagpapatuloy ng unang kurso, ang *Paggawa ng Mga Kumpletong Disipulo*, at tumutulong sa mga nagsimula ng grupo ng disipulo na gumaling bilang mga pinuno at makapagparami ng mga grupo.

RESULTA NG PAGSASANAY

Pagkatapos ng seminar ng pagsasanay na ito, ang mga nag-aral ay magagawa ang mga sumusunod:

- Magturo sa ibang pinuno ng sampung pangunahing aralin sa pagiging pinuno.
- Magsanay ng ibang mga pinuno gamit ang isang prosesong madaling gawin na iniayon sa mga paraan ni Hesus.
- Makakilala ng iba't ibang klase ng personalidad at tulungan ang mga taong magtrabaho bilang isang grupo.
- Bumuo ng planong estratehiya para matawag pabalik ang mga nawawala sa kanilang espiritwal na pagkatao sa kanilang komunidad at makapagpadami ng bagong grupo.
- Intindihin kung paano mamuno sa pagtatayo ng simbahan.

PROSESO NG PAGSASANAY

Ang bawat sesyon ng pagsasanay ng pagiging pinuno ay sumusunod sa iisang istruktura na iniayon sa kung paano sinanay ni Hesus ang kanyang mga disipulo na maging pinuno. Ang susunod ay isang ehemplo nito na may kasamang takdang oras sa bawat gawain.

PAGPURI

- Kumanta ng dalawang koro ng sama-sama (o masmadami pa kung kasya sa oras).

(10 minuto)

PROGRESO

- Isang pinuno ay magbabahagi ng progreso ng kanyang ministro simula nang huling magkita ang grupo. Ipagdarasal ng grupo ang pinuno at ang kanyang ministro.

(10 minuto)

PROBLEMA

- Ang tagapagsanay ay magsasabi ng isang karaniwang problema ng isang pinuno. Ito ay ipapaliwanag gamit ang isang kwento o isang personal na ilustrasyon.

(5 minuto)

PLANO

- Tuturuan ng tagapagsanay ang mga pinuno ng isang simpleng aralin na magbibigay ng kaalaman at kasanayan sa paglulutas ng problemang pang-pinuno.

(20 minuto)

PAGSASANAY

- Ang mga pinuno ay hahatiin sa mga grupo ng apat at pag-uusapan ang aralin, kasama ang mga sumusunod:

  o Progreso sa pagkapinuno ayon sa aralin.
  o Mga problemang hinarap na may kinalaman sa aralin.
  o Mga plano para pagbutihin ang pagkapinuno sa susunod na 30 araw base sa natutunan.
  o Isang kasanayan na gagawin sa susunod na 30 araw base sa natutunan.

- Ang mga pinuno ay tatayo at bibigkasin ang berso sa aralin ng sampung beses ng sabay-sabay, anim na beses habang binabasa sa Bibliya at apat na beses galing sa memorya.

(30 minuto)

PAGDARASAL

- Mga grupo ng apat ay magbabahagi sa isa't isa ng mga ikinababahala at ipagdarasal ang isa't isa.

(10 minuto)

PAGTATAPOS

- Karamihan ng mga sesyon ay natatapos sa isang gawain upang magamit ng mga pinuno ang napag-aralan sa kanilang mga personal na sitwasyon.

(15 minuto)

Prinsipyo ng Pagsasanay

Ang pagtulong sa iba upang maging masmabuting pinuno ay parehong nakakasigla at nakakapagod. Taliwas sa opinion ng nakararami, ang mga pinuno ay ginagawa, hindi ipinapanganak. Upang dumami ang mga pinuno, ang pagsanay sa kanila ay dapat sadya at may sistema. Ang inaakala ng iba, ang mga pinuno ay nakikilala dahil sa kanilang personalidad. Pero kapag tiningnan mo ang mga matagumpay na pastor ng malalaking simbahan sa Amerika, makikita na iba-iba ang personalidad nila. Kapag sinundin natin si Hesus, sinusundin natin ang pinakamahusay na pinuno sa kasaysayan, at gumagaling tayo na maging pinuno.

Ang mga baguhang pinuno ay nangangailangan ng balanse na pagsasanay. Para maging balanse ang pagsasanay, kailangan ng mga aralin sa kaalaman, karakter, kasanayan, at pag-udyok. Kailangan ang apat na kasangkapan na ito upang maging magaling na pinuno. Kapag walang kaalaman, ang mga maling akala ay makakapangligaw sa pinuno. Kapag walang karakter, ang isang pinuno ay makakagawa ng pagkakamaling moral at espiritwal na makakasama sa misyon. Kapag walang kasanayan, ang pinuno ay laging babaguhin ang mga patakaran o gagamit ng mga makalumang paraan. At ang huli, ang pinuno na may kaalaman, karakter at kasanayan, pero walang pag-udyok ay gusto lamang na manatili ang lahat sa kasalukuyang kalagayan at panatilihin ang kanyang posisyon.

Kailangang aralin ng mga pinuno ang mga importanteng paraan upang magawa ng maayos ang kanilang trabaho. Pagkatapos ng mahabang oras sa pagdarasal, ang bawat pinuno ay nagangailangan ng matinding pangarap. Ang pangarap ay dapat sumagot sa tanong na "Ano ang susunod na kailangan mangyari?" Dapat alam ng mga pinuno ang kahalagahan ng kanilang ginagawa. Ang layunin ay dapat sumagot sa katanunangan na "Bakit ito importante?" Ang pagkaalam ng sagot sa tanong na ito ay nakatulong sa maraming pinuno sa mahihirap na oras. Susunod, dapat alam ng mga pinuno ang kanilang misyon. Pinagbubuklod ng Diyos ang mga tao sa isang komunidad upang gawin ang Kanyang kagustuhan. Ang misyon ay dapat sumasagot sa katanungan na "Sino ang dapat kabahagi?" At ang huli, ang mga magaling na pinuno ay dapat may malinaw at maigsi pero malaman na mga hinahangad. Kadalasan, ang mga pinuno ay gagamitin ang pangarap, layunin, at misyon sa apat o limang hinahangad. Ang mga hinahangad ay dapat sumagot sa katanunang na "Paano natin gagawin?"

Natuklasan namin kung gaano kahirap na pumili ng mga bagong pinuno mula sa isang grupo. Lagi kayong magugulat sa kung sino ang pipiliin ng Diyos! Ang pinakamabuting paraan ay tratuhin ang lahat na parang pinuno na talaga. Ang isang tao ay pwedeng pinamumunuan lang ang sarili, pero pamumuno pa rin ito. Ang mga tao ay nagiging masmagaling na pinuno ayon sa ating inaasahan sa kanila (pananampalataya). Kung tratuhin natin ang mga tao na tagasunod, sila ay nagiging tagasunod. Kung tratuhin natin ang mga tao na pinuno, sila ay nagiging pinuno. Namili si Hesus mula sa lahat ng antas ng komunidad para ipakita na ang magaling na pagkapinuno ay dumedepende sa pagsunod sa Kanya, at hindi sa mga panglabas na katangian na madalas hinahanap ng iba. Bakit ang konti ng mga pinuno natin? Dahil ang mga pinuno ngayon ay ayaw bigyan ng pagkakataon ang iba upang mamuno.

Konti lang ang nakakapigil sa kilos ng Diyos ng masmabilis pa sa pagkawala ng maka-Diyos na pagkapinuno. Nakakalungkot na sa karamihan ng lugar sa Amerika at ibang bansa na nagsanay kami ng tao ay mayroong malaking kawalan ng pagkapinuno.

Ang mga maka-Diyos na pinuno ang susi sa shalom – kapayapaan, kabiyayaan, at katarungan – sa isang komunidad. Isang sikat na kasabihan mula kay Albert Einstein ay pwedeng ipakahulugan sa susunod: "Hindi natin kayang gawan ng solusyon ang ating mga problema ngayon sa kasalukuyang estado ng pamumuno." Ginagamit ng Diyos ang *Pagsasanay sa Pagsunod Kay Hesus* para magsanay at mag-udyok ng mga bagong pinuno. Ipinagdarasal namin na ito ay mangyayari para sa iyo. Sana ay ang pinakamagaling na pinuno sa kasaysayan ay punuin ang iyong puso at isipan ng lahat ng biyayang espiritwal, bigyan ka ng lakas, at palakasin ang iyong impluwensiya – ang tunay na panukat ng pagkapinuno.

Dagdag Na Aralin

Tinitingnan namin ang mga susunod na manunulat na pinakamalaki ang naitulong sa pagsasanay ng mga kumpletong pinuno. Ang unang libro na isasalin para sa trabahong misyonaryo ay ang Bibliya. Pagkatapos, ang mga sumusunod na pitong libro ay mainam din isalin para sa matatag na pundasyon sa magaling na pagsasanay ng pagkapinuno.

Blanchard, Ken and Hodges, Phil. *Lead like Jesus: Lessons from the Greatest Role Model of all Time.* Thomas Nelson, 2006.

Clinton, J. Robert. *The Making of a Leader.* NavPress Publishing Group, 1988.

Coleman, Robert E. *The Masterplan of Evangelism.* Fleming H. Revell, 1970.

Hettinga, Jan D. *Follow Me: Experiencing the Loving Leadership of Jesus.* Navpress, 1996.

Maxwell, John C. *Developing the Leader Within You.* Thomas Nelson Publishers, 1993.

Ogne, Steven L. and Nebel, Thomas P. *Empowering Leaders through Coaching.* Churchsmart Resources, 1995.

Sanders, J. Oswald. *Spiritual Leadership: Principles of Excellence for Every Believer.* Moody Publishers, 2007.

www.ingramcontent.com/pod-product-compliance
Lightning Source LLC
Chambersburg PA
CBHW060652030426
42337CB00017B/2580